தீண்டாமை

வி.எஸ்.ரோமா

ISBN 978-1-63886-945-0

பொருளடக்கம்

1

தீண்டாமை பண்டை காலத்தில் இருந்து இன்றும் தொடர்ந்து கொண்டு இருக்கும் கொடுமையான செயல். இது பற்றிப் பலரும் விரி-வாகக் கூறி இருக்கிறார்கள்.

தீண்டாமை

எத்தனை பிரச்சாரங்கள் செய்தாலும் தீண்டாமை 100 % ஒழிந்து விடக்கூடியதல்ல ஆனால், பரப்புரைகளால், மாறிவரும் சூழ்நிலைகளால் தற்போது தீண்டாமை என்பது ஓரளவு தான்) குறைந்து இருப்பது உண்மை

இதற்குத் தற்போதைய காலத்தில் கிடைக்கும் அனுபவங்கள், ஊடகங்கள் சில தரும் தீண்டாமை பற்றிய தகவல்கள், இவற்றோடு அனைத்து சமுதாயத்தாரின் படிப்பு மற்றும் பொருளாதார ரீதியான வளர்ச்சி.

உயர் சாதி என்பது ரத்தத்திலேயே ஊறிப்போனது, அனைவரும் நினைப்பது போல அவ்வளவு விரைவில் எண்ணங்கள் மாறி விடாது.

குறைந்த பட்சம் இன்னும் மூன்று தலைமுறைகளாவது ஆகும்.

அது கூட முற்றிலும் நின்று விடாது குறைய வாய்ப்புண்டு. சாதி என்ற ஒன்று இருக்கும் வரை இதற்கு முடிவு என்பதே கிடையாது.

அனுமதி மறுப்பு

இன்றும் கிராமங்களில் தாழ்த்தப்பட்டவர்கள் வீட்டினுள்...... வர அனுமதிக்கமாட்டார்கள். அவர்கள் பயன்படுத்தும் எந்தப் பொருளையும் தொடக்கூட மாட்டார்கள்.

இன்னும் பலரை வயதானவராக இருந்தாலும் பெயர் சொல்லித்தான் வா போ என்று அவர்களை வாங்க போங்க என்று அழைத்தால் கூட ஏற்றுக்கொள்ள மாட்டார்கள் காரணம், அவர்களும் அப்படியே அழைக்-

கப்பட்டு பழகி விட்டார்கள்.

பேருந்தில் செல்லும் போது தாழ்த்தப்பட்டவர்கள் அருகில் அமர-மாட்டார்கள் அமரவும் விட மாட்டார்கள்.

நான் போக்கியன் என்று சொல்ல வரவில்லை ஆனால், தாழ்த்தப்-பட்டவர்கள் அருகில் அமர்ந்தால், எழுந்து நிற்கும் அளவிற்கு மோச-மானவன் கிடையாது.

என்னால் நிச்சயம் உணர்வுகளைப் புரிந்து கொள்ள முடியும். அதற்-காகத் நான் தீண்டாமையை எதிர்த்துப் போராடும் போராளி அல்ல.

என்னளவில் ஓரளவு சரியாக இருக்கிறேன், மற்றவர்கள் இப்படி இருந்தே ஆக வேண்டும் என்று எதிர்பார்ப்பதில்லை, இருந்தால் மகிழ்ச்சி.

தற்போது ஊரில் பெரிய தலைகளாக உயர் சாதிகளில் உள்ளவர்கள், ஒரு அரசு வேலை நடக்க வேண்டும் என்றால் அதற்குப் பொறுப்பில்ல உள்ள நபர் தாழ்த்தப்பட்ட அதிகாரியாக இருந்தால் என்ன செய்வார்-கள்?

இப்ப எங்கே போகும் சாதி? இங்கும் கூட ஒரு சிலர் தனக்கு நஷ்-டம் ஆனாலும் இவரிடம் போய் நிற்கமாட்டேன் என்று கூறுபவர்கள் பலர் இருக்கிறார்கள்.

முன்னிலைப்படுத்தப்படும் பிராமணர்கள்

தீண்டாமை அனைத்து சாதிகளிலும் நடக்கிறது ஆனால், பிராம-ணர்கள் மட்டும் முன்னிலைப்படுத்தப்படுகிறார்கள்.

பிராமணர்களில் எத்தனையோ கீழ்த்தரமாக நடந்து கொண்டவர்க-ளைக் கடந்து வந்து உள்ளேன், அதே போல மற்ற சாதிகளிலும் இதற்-குச் சற்றும் குறையாமல் நடக்கிறது என்பதும் மறுக்க முடியாத உண்மை.

பிராமின் என்றதும் என் பேருந்துச் சம்பவம

பள்ளிப்படிப்பை முடித்துச் சென்னையில் இருந்த நேரம் அது••• ஒரு பேருந்தில் 45 —— 50 வயது மதிக்கத் தக்க ஒரு பிராமணப் பெண் அமர்ந்து இருந்தார்.

அவர் அருகில் இருந்த இடம் காலியாக இருந்தது. அடுத்த நிறுத்-தத்தில் ஒரு நரிக்குறவப் பெண் தன் குழந்தையோடு ஏறி இவர் அருகில் அமர்ந்தார்.

உடனே இவர் கோபமாக எழுந்து ஒரு ஓரமாக நின்றதோடு அல்லா-மல் அருவருப்பாக எதோ நடந்தது போல அவரிடம் நடந்து கொண்டு,

அருகில் இருப்பவர்களைப் பார்த்துச் சிரித்து தனக்கு ஆதரவும் தேடிக்-
கொண்டார்.

இதை எதிர்பாராத அந்தப்பெண் அவமானத்தில் கூனிக்குறுகி அழ
ஆரம்பித்து விட்டார். அவர் அழுத போதும் கூட இவர் அதே போலவே
நடந்து கொண்டார் கொஞ்சம் கூட மனம் இரங்கவில்லை.

இதுபோல எத்தனை அவமானங்களை அந்தப்பெண்ணை போன்ற-
வர்கள் சந்தித்தார்களோ!

அப்பெண் அழுததும் அதைப் பார்த்து அருகில் இருந்தவர்கள்
(அவர்கள் பிராமின் அல்ல) சிரித்த சம்பவத்தை உலகம் முழுவதும்
உள்ள தீண்டாமை

**தீண்டாமை என்பது இந்தியாவில் தான் இருக்கிறது என்கிற ரீதியில்
பேசுகிறார்கள், இது உலகம் முழுக்க இருக்கிறது.**

இன்றும் வெள்ளையர்களால் கருப்பர்கள் சோதனைகளைச் சந்தித்து
இருக்கிறார்கள்.

இனவெறிக்கு பிரபலமான நாடாக, வளர்ந்த நாடான ஆஸ்திரேலியா
உள்ளது.

தீண்டாமைக்கும், படித்தவர்கள் செய்யமாட்டார்கள் என்பதற்கும் எந்-
தச் சம்பந்தமுமில்லை. தோலின் நிறத்தை வைத்து இன்றும் பல விஷ-
யங்கள் வெளிநாடுகளில் கூடத் தீர்மானிக்கப்படுகிறது.

நம் நாட்டுடன் ஒப்பிடும் போது வெளிநாடுகளில் குறைவாக இருக்-
கலாம் அவ்வளவே.

வெள்ளைத்தோல் கொண்டவர்கள் எல்லாம் வெள்ளையர்கள் அல்ல
என்பதை அறிக.

வெள்ளையர்கள் என்றால் அமெரிக்கா ஐரோப்பா நாடுகளைச்
சேர்ந்தவர்கள் ஆவார்கள் நீங்கள் வெள்ளையாக இருந்தாலும் உங்க-
ளுக்கு மதிப்புக் கிடையாது.

தற்போதைய தலைமுறை இளைஞர்கள் இளைஞிகள் செய்வதில்லை
ஆனால், வயதானவர்கள் இன்னும் இதில் பழைய எண்ணங்களிலேயே
இருக்கிறார்கள்.

.

பேருந்தில் ஒருவர் அருகில் அமர்ந்ததும் அவர் முறைத்தார், எனக்கு
ஒன்றும் புரியவில்லை எதற்கு முறைக்கிறார் என்று! பின் கோபமாக
எழுந்து நின்று விட்டார்.

பின்னர் தான் தெரிந்தது இனவெறி காரணமாக என்று. எனக்கு வாழ்க்கையே வெறுத்து விட்டது. இதை என்னால் வார்த்தைகளால் விவரிக்க முடியாது.

எனக்கு வந்த ஆத்திரத்திற்கு அளவே இல்லை, அவமானமாகப் போய் விட்டது.

இதே போல இன்னொரு சம்பவம் ஒரு பாட்டியிடம் ஏற்பட்டது இதன் பிறகு வயதானவர்கள் பக்கத்தில் அமருவதே இல்லை.

அப்போது என் மனநிலை எந்த மாதிரி இருந்து இருக்கும் என்று யோசித்துப்பாருங்கள்.

கிராமத்தில் பேருந்தில் தாழ்த்தப்பட்டவர்களிடம் ஒரு சிலர் நடந்து கொண்டதைப் பார்த்துப் பாதிக்கப்பட்டவர்கள் உணர்வுகளைப் புரிந்து இருந்தாலும், இந்தச் சமயத்தில் எனக்கு அனுபவப்பூர்வமாக அதன் வலி என்னவென்று புரிந்தது.

நமக்கு மாதிரி தானே அவர்களுக்கும் இருக்கும் என்று உணர முடிந்தது ஏற்கனவே உணர்ந்து இருந்தாலும்.

நம்ம ஊரில் இது போலக் கேவலமாக நடந்து கொள்பவர்கள் வெளி-நாடுகளுக்கு வந்து அவர்களுக்கே இது போலானால் தான் கொஞ்ச-மாவது புரியும் (உரைக்கும்) நாம் எந்த மாதிரித் தவறு செய்துகொண்டு இருக்கிறோம் என்று.

இது மட்டுமல்ல சிங்கப்பூரில் ரொம்பப் பிரபலம் இங்கே வயதானவர்-கள் நிறைய கடைகளில் பணிபுரிகிறார்கள்.

இவர்களில் பலர் இந்தியர்களை மதிக்கவே மாட்டார்கள், எரிந்து விழுவார்கள், அதே ஒரு வெள்ளைக்கா(ரி)ரர் வருகிறார் என்றால் இவர்கள் பாவனையே மாறி விடும்.

இளையோர் இப்படி நடந்து கொள்வதில்லை

தீண்டாமைக்காக நமது ஊரில் குரல் கொடுப்பவர்களில் நேர்மையா-னவர்களாக வெகு சிலரே இருப்பார்கள்.

மீதி பலர் அப்படி தான் இருக்கிறேன் என்று, முற்போக்குவாதியாகக் காட்டிக் கொள்வார்களே தவிர அவர்களின் உண்மை நிலை அவர்க-ளின் மனசாட்சிக்கும் மட்டுமே தெரியும்.

பலர் வாய்ச்சொல் வீரர்கள் மட்டுமே.

கோவில்களில் அனுமதி மறுப்பு

கோவில்களில் அனைவரையும் அனுமதிக்க வேண்டும்.

இன்னும் கிராமங்களில் கோவில்களில் தாழ்த்தப்பட்டவர்களுக்கு அனுமதி இல்லை, வெளியே தான் நிற்க வேண்டும்.

கடவுள் முன் அனைவரும் சமம் தான் ஆனால், கடவுள் பெயரால் தான் இதைப்போலக் கொடுமைகள் நடக்கின்றன.

மோளம் அடிப்பவர்கள் இன்னும் இரு தலைமுறைக்குத் தான் இருப்-பார்கள் அடுத்த தலைமுறைக்கு எல்லாம் அவரவர்களே பார்த்துக் கொள்ள வேண்டியது தான்.

அப்போதும் கோவிலுக்கு வெளியே நின்று இவர்கள் பார்த்துக்-கொண்டு இருக்க மாட்டார்கள். நாளைக்கு இவர்கள் மகன் பேரன் அரசு அலுவலகத்தில் இவர்களை ஒதுக்கியவர்கள் வெளியே நிற்க வேண்டிய நிலை வரும்.

தலித்துகள் தங்கள் பகுதிக்குள் வந்துவிடக் கூடாது என்று சுவர் எழுப்பி இருந்தார்கள் உயர் சாதியினர். கோவிலுக்குள் வந்த பிறகு அவர்கள் முகத்தில் தான் எத்தனை மகிழ்ச்சி.

இது இப்படி இருந்தாலும், இன்னொரு முட்டாள்த்தனமான எண்-ணமும் பலருக்கு இருக்கிறது அதாவது, ஏழைகள், தாழ்த்தப்பட்டவர்கள் என்ன செய்தாலும் தவறு கிடையாது! உயர் சாதியினர் பணக்காரர்கள் செய்வதெல்லாம் தவறு!! என்பது போல.

ஏழை என்றால் அவர்கள் வெகுளிகள் எப்போதுமே தவறு செய்ய மாட்டார்கள் என்பது பலரின் அழுத்தமான எண்ணம்.

தீண்டாமை எப்படியொரு மோசமான எண்ணமோ அதே போல தான் இதுவும்.

சாதியை வைத்துப் பொய் வழக்கு போடுவது நடைபெறுகிறது. மிகத்-தவறான செயல்.

ஏழைகள் தாழ்த்தப்பட்டவர்கள் அனைவரும் யோக்கியர்கள் அல்ல. அதே போல உயர்சாதியினர் பணக்காரர்கள் அனைவரும் மிக மோச-மானவர்களும் இல்லை.

அனைத்து இடங்களிலும் நல்லவர்களும் இருக்கிறார்கள் மோசமா-னவர்களும் இருக்கிறார்கள் சதவீத அளவில் வேறுபடலாம்.

முன்னரே கூறியபடி படித்து விட்டால் மட்டும் தீண்டாமை என்பது ஒழிந்து விடும் என்பது அர்த்தமல்ல. நன்கு படித்தவர்கள் கூட ஃபேஸ்-புக்கில் தங்களுடைய சாதியை வைத்துச் சண்டை போட்டுக்கொண்டுள்-ளார்கள்.

இவர்கள் எல்லாம் இன்றைய தலைமுறை தான், இவர்களே இப்படி இருக்கும் போது பழைய எண்ணங்களைக் கொண்டு இருப்பவர்கள் எல்லாம் உடனே மாற வேண்டும் என்று எதிர்பார்ப்பதெல்லாம் முட்டாள்த் தனமான எதிர்பார்ப்பு.

தலைமுறை மாற்றங்கள் மட்டுமே தீண்டாமையை ஒழிக்கும் அல்லது குறைக்கும்.

பாலியல்தொழிலாளியிடம் செல்வதற்கும், மதுக்கடைகளில் வாங்கி தின்பதிலும் சாதி மதம்மற்றும் தீண்டாமை கிடையாது. அங்கெல்லாம் சமத்துவம் பேணப்படுகிறது. சாதி மதத்தை ஒழித்தவர்களாக பாலியல் தொழிலாளிகளும், பார் நடத்துபவர்களும் தெரிகிறார்கள்.

யாருமே இன்ன ஜாதியில்தான் பொறக்கனும்னு பிளான் பண்ணி பொறக்கல. கீழ் ஜாதியில் பொறந்தது அவன் தப்பும் இல்ல, அப்புறம் எதுக்கு வெறும் பொறப்ப வச்சு அவன கேவலமா நடத்திட்டே இருக்க- னும்? ரொம்பபே கொடுமையான விஷயந்தான் இது.

ஊர்ல டிக்கடையில சேரியில இருந்து வர்றவங்க குடிக்கிறதுக்குன்னு தனியா டம்பளர் ஒரு ஓரமா தொங்கிட்டு இருக்கும், மத்தவங்க குடிக்- கிறதுக்கு கடைக்குள்ள வழக்கம் போல நெறைய டம்பளர் இருக்கும்.... சேரி ஜனங்க டி குடிக்கனும்னா அந்த தனி டம்பளர்தான், அதையும் குடிச்சு முடிச்சுட்டு, அவங்களே கழுவி, திரும்ப அதே இடத்துல தொங்க வச்சுடுவாங்க. இப்போ இந்த பழக்கம் அவ்வளவா

அப்படி நான் வாங்க போங்க-ன்னு கூப்பிடறதால நான் சமத்துவம் பாக்குறேன், ஜாதி பாகுபாடு என்கிட்டே இல்ல-ன்னு பொய் சொல்ல மாட்டேன்... மனசுக்குள்ள இருக்கு, அதை வெளியில கொண்டு வர்- றதுக்கு எந்த மோசமான சம்பவமும் நடக்கல, அவ்வளவுதான். எங்க பக்கத்து தோட்டக்காரங்க வேற ஜாதி, சமீபத்துல எங்களுக்குள்ள ஒரு நிலத் தகராறு வந்துச்சு, அப்போ அவங்க நடந்துகிட்ட விதங்கள பாத்தா யாரும் சமத்துவம் பத்தி வாயே தொறக்க மாட்டாங்க அப்படிங்குற அளவுக்கு அவங்க சொல், நடவடிக்கை எல்லாமே இருந்துது. பொம்- பளைங்க கூட அடிதடிக்கு சர்வ சாதாரணமா வருவாங்க... சட்டமும் அவங்களுக்கு சாதகமாத்தான் இருக்கு.

தனி மனித ஒழுக்கம் வாழ்வில் எவ்வளவு முக்கியமோ, அது போல் சக மனிதனை நேசிப்பதும் முக்கியம்!!! சென்ற தலைமுறை செய்த தவறை நாமும் செய்ய வேண்டாமே!!! அடுத்த தலைமுறைக்கு இப்-

படித்தான் வாழ வேண்டும் என்று சொல்லி காட்டுவதுக்கு பதில் நாம் வாழ்ந்து காட்டி விடலாமே!!!! இறைவனின் பார்வையில் அனைவரும் சமமே!!!

தீண்டாமையால் பாதிக்கப்பட்டு மேலே வந்தவர்களிடம் மற்றவர்களை அதிகப்படியான வைராக்கியம் வேண்டும். அவர்களால் முடிந்த அளவுக்கு அவர்கள் சார்ந்த மக்களை மேலே கொண்டு வர வேண்டும் என்ற எண்ணம் வேண்டும். காரணம் சமூகத்தை இந்த கேவலத்தை சுட்-டிக் காட்டிக் கொண்டு கத்திக் கொண்டு இருப்பதை விட நாங்களும் வாழ்ந்து காட்டுகின்றேன் என்ற எண்ணம் வளரும் அதே சமூகத்தில் குறைந்த பட்சம் வளர்ந்தவர்கள் விதைக்க வேண்டும்.

நிச்சயம் ஆதிக்க மனப்பான்மையில் உள்ளவர்கள் எவரும் திருந்து-வதாக தெரியவில்லை. கண்முன்னால் பார்த்துக கொண்டே தான் இருக்-கின்றேன். பாதிக்கப்பட்டவர்களுக்கு உள்ளே உருவாகும் வெஞ்சினம் அவர்கள் வளர்ச்சியை அவர்கள் சார்ந்த சமூகத்தின் வளர்ச்சிக்கு உறு-துணையாக இருக்க வேண்டும். அடுத்தவர்களை எத்தனை நாளைக்கு எதிர்பார்த்து வாழ்ந்து கொண்டு இருப்பது என்ற எண்ணம் உருவாக வேண்டும்.

ஆனால் எதார்த்தம் கொடுமையாக இருக்கிறது. வளர்ந்தவர்கள், வாழ்ந்து கொண்டு இருப்பவர்களுக்கு தனக்கு பின்னால் உள்ள வந்து கொண்டு இருக்கும் எவர் குறித்தும் அக்கறையில்லை. தன்னை பலவி-தங்களில் மறைத்துக் கொண்டு வாழ்வதில் தான் குறியாக இருக்கிறார்-கள் என்பதும் உண்மை.

அரசாங்க வருமானத்திற்கு உதவும் மது வகையில் பெரும்பாலும் நம் இன மக்கள் அருந்துவது தான் என்கிறார். தலைவர்கள் பொறுப்பில் இருப்பவர்கள், தன் இன மக்களை காக்க அவதாரம் எடுத்துள்ளோம் என்று சொன்ன எவரும் இந்த இன மக்களை வளர்த்ததாக தெரிய-வில்லை. அரசாங்கம் கொடுக்கும் சலுகைகளை சரியாக உழைப்பின் மூலம் பயன்படுத்தி பலரும் மேலே வந்து விடுகின்றார்கள். ஆனால் பெரும்பான்மையான மக்களுக்கு அந்த அக்கறை இல்லை என்பதும் உண்மை.

'காந்தி தீண்டாமைக்கு ஆதரவாக இருந்தாரா...' - பெரியாரும் காந்தியும் என்ன சொல்கிறார்கள்?!

'காந்தி தீண்டாமைக்கு ஆதரவாக இருந்தாரா...' -

இந்தியா என்னும் கட்டமைக்கப்பட்ட தேசத்துக்கு பலர் போராடியிருந்தாலும், காந்தியின் கொலையைத்தான், காந்தி மறைந்த நாளைத்தான் இன்னும் தியாகிகள் நாளாக அனுசரிக்கிறது இந்தியா.

ஒரு கண்ணுக்கு ஒரு கண் என பழிவாங்கிக் கொண்டே இருந்தால், உலகில் அனைவரும் ஒரு கண்ணுடன் தான் இருக்க முடியும் ~ காந்தி. முதலில் உன்னைப் புறந்தள்ளுவார்கள், பின்பு ஏளனம் செய்வார்கள், பின்பு சிரிப்பார்கள், பின் ஒரு நாள் நீ அவர்களை வென்று இருப்பாய். ~ காந்தி

மேலே கூறப்பட்டிருக்கும் இரண்டு கோட்பாடுகளுக்கும், காந்திக்கும் எவ்வளவு சம்மந்தம் இருக்கிறதோ, அதே அளவு சம்மந்தம் தான் அவருக்கும், அவர் சொன்னதாக சொல்லப்படும், பார்த்ததாகக் கருதப்படும் தீண்டாமைக் கருத்துகளுக்கும் இருக்கின்றது. பெரியாருக்கும் காந்திக்கும் சிற்சில கொள்கைகளில் இடைவெளி இருந்தது. அம்பேத்கருக்கும் காந்திக்குமான இடைவெளி இன்னும் அதிகமாகவே இருந்தது.

<u>ஒரு ரௌத்திரமான</u>..........<u>இளைஞருக்கும்</u>, சாந்தமான முதியவருக்குமான<u></u>உரையாடலாகவே காந்திக்கும் அம்பேத்கருக்குமான பல உரையாடல்களை காண நேரிடும். காந்தியின் இந்தியா என்பது இந்து - முஸ்லிம் பிரச்னை, இந்துக்களுக்கும் தீண்டாமை இந்துக்களுக்குமான பிரச்னை, இந்தியர்களுக்கும் ஆங்கிலேயர்களுக்குமான பிரச்னை எனப் பல அடுக்குகளில் விவாதிக்கப்பட வேண்டியது.

இந்தியாவில் பிற்காலத்தில் அவர் நடத்திய போராட்டங்களுக்கு நிகரான போராட்டங்களைத் தென்னாப்பிரிக்காவில் நடத்துகிறார். இந்தியர்கள் இனவாதத்துடனும் நிறவாதத்துடனும் நடத்தபெறுவதைக் கண்டிக்கிறார். அதே சமயம் கறுப்பினத்தவர்கள் மீது தாழ்வானதொரு பார்வையை வைத்திருக்கிறார் (தொடக்க காலத்தில்). சீனர்களுடன் இணைந்து போராடும் அவர் ஆப்பிரிக்கர்களுடன் இணையவில்லை. அவர்களுக்காகக் குரல் கொடுக்கவில்லை. (அதேசமயம் ஓர் ஆப்பிரிக்கப் பூர்வகுடி இனத்தலைவர் காந்தி சிறையில் அடைக்கப்பட்டதற்காக கண்டனம் தெரிவிக்கிறார். அவருடைய சத்தியாகிரகப் போராட்ட வடிவத்தைப் புகழ்வதோடு, ஆப்பிரிக்கர்களும் இந்தப் போராட்ட வடிவத்தைக் கைக்கொள்ள வேண்டும் என்கிறார். அவர்கள் மீது தாக்கத்தை ஏற்படுத்துகிறார். மண்டேலாவுக்கும் முன்பாக அங்கே காந்திக்கு ரசிகர்களும் சீடர்களும் இருந்திருக்கிறார்கள்.)

காலப்போக்கில் அவரில் ஏற்படும் ஆளுமை மாற்றத்தாலும் புரிதலாலும் படிப்படியாக அவரது இந்த எண்ணங்கள் மாற்றம் பெறுகின்றன. இறுதியில் ஆப்பிரிக்கர்களுக்காகக் குரல் கொடுக்கிறார். காலன்பாக் அமைத்த டால்ஸ்டாய் பண்ணையில் ஆப்பிரிக்கர்களுடன் இணைந்து பணியாற்றுகிறார். ஆப்பிரிக்க மக்களை பூர்வகுடிகளாக ஏற்கிறார். அவர்களையும் தன்னுடைய போராட்ட வடிவங்களைக் கைக்கொள்ளுமாறு அழைக்கிறார். வாழ்க்கையையும் அவருடைய போராட்ட முறைகளையும் முயன்று தவறிக் கற்கும் களமாக அவருக்குத் தென்னாப்பிரிக்கா விளங்கியிருக்கிறது. இதன் நீட்சியாகத்தான் தற்போது கானாவில் நடைபெற்ற சிலை சர்ச்சையை பார்க்கவேண்டுமே ஒழிய. இவையெதையும் கருத்தில் கொள்ளாது, காந்தியை ஒரு இன வெறுப்பாளர் என ஒதுக்குவது காந்திக்கு எதிரான மிகப்பெரும் துரோகம்.

பெரியாருக்கும் காந்திக்குமான உரையாடலை மிகவும் சிறிய அளவில் மாற்ற வேண்டும் என்றால், இவ்வளவு சிறியதாகச் சுருக்க முடியும். இருவருக்குமான முரண் இங்கு இருந்துதான் தொடங்குகிறது.

பெரியார் : பார்ப்பனர் பெரிய சாதி; நீங்களும் நாங்களும் சின்ன சாதி என்பதாக அல்லவாக இந்துமதக் கொள்கை இருக்கிறது. காந்தி : நீங்கள் சொல்வது தவறு. வருண தர்மத்தில் சின்னசாதி, பெரிய சாதி இல்லை. பெரியார் : இதைத் தாங்கள் வாயால் சொல்லலாம். காரியத்தில் நடவாது காந்தி : காரியத்தில் நடத்தலாம். பெரியார் : இந்துமதம் உள்ளவரை ஒருக்காலும் நடத்தமுடியாது. காந்தி : இந்துமதத்தின் மூலம்தான் செய்யலாம். காந்தி பெரியார் சந்திப்பு- 1948 பெங்களூரு. நூல்- இந்து மதமும் காந்தியாரும் பெரியாரும்)

இருவருக்குமான முரண் இதில்தான் ஆனது.

காந்தி இறந்த போது, காந்தி தேசம் எனப் பெயர் வைக்கலாம் எனச் சொன்னவர், தன் தமக்கையின் பெண்ணுக்கு 'காந்தி ' எனப் பெயர் வைத்தவர் பெரியார். காந்தி இருந்த போதும் இருவருக்குமான உரையாடல்களில் ஏக முறை ஒப்புமை இல்லாமல் விலகியிருக்கிறார்கள். காந்தி தான் நம்பியதை, தான் பழகிய ஒன்றைக் கருத்தாக்கமாக முன்மொழிவார். அதை எதிர்ப்பவரின் கருத்துகளை தாராளமாகக் கேட்கிறார். அந்த உரையாடல்கள் தொடர்கின்றன. அந்தக் கருத்துகள் வேறொரு வடிவம் பெறுகின்றன. காந்தியிடம் உரையாட அனைவருக்கும் வாய்ப்புகள் வழங்கப்பட்டது.

காந்தியும் கடவுளும்:

காந்தியின் மறைவின் போது, பெரியார் ஆற்றிய உரைகளுள், காந்தி சிலைகளுக்கு எதிராகவே இருந்தார் என்பது திண்ணம்.

காந்தியார் விக்கிரக ஆராதனைக்கு மாத்திரம் குறை சொல்லாமல், கடவுள் என்பதை மனித உருவாக, வஸ்துவாக, ஒரு தனிப் பொருளாகக் கற்பித்துக்கொண்டு இருக்கிறவர்களுக்குப் படும்படியாக, எனக்குக் கடவுள் ஒரு வஸ்துவாக-தனிப்பட்ட பண்டமாக இருக்கிறது என்பதில் நம்பிக்கையில்லை என்று ஒன்றுக்கு மேற்பட்ட தடவை சொல்லிவிட்டார். அதாவது, கடவுள் என்பதை நான் ஒரு செயலாக சக்தியாகக் கரு- துகிறேனே ஒழிய, ஒரு மனிதன் செய்கை போலவோ, ஒரு ஜீவன் செய்கை போலவோ கருதவில்லை என்பதாகச் சொல்லிவிட்டார். இதற்கு இயற்கை நடப்புதான் கடவுள்' என்பது பொருளாகும்.

காலச்சக்கரத்தை சற்றே வேகமாகச் சுழற்றி, 2000க்கு வருவோம். இது ராமர் சிலை சர்ச்சைகளின் காலம். ராமரின் மேல் காந்திக்கு அளவு கடந்த பிரியம் இருந்தது. ``காந்தியின் ராமர் அவரது மனதில் இருந்தது, காந்தியின் ராமருக்கு பெரிய கோயில்கள் தேவை இல்லை. அது உயரிய சிந்தனைகளால் உருவானதே அன்றி, பிறரிடம் பறைசாற்- றவோ, விளம்பரத்துக்காகவோ அல்ல.

ஆனால், 1950களுக்குப் பின்னர், காந்தியை, காந்தியக் கொள்கை- களை கடுமையாக எதிர்த்தார் பெரியார். பெரியாருக்கு இருந்த தேசம் மீதான கோபம் பற்றி,

கொடிக்கு-தேசியச் சட்டத்திற்கு இழுக்கை உண்டாக்க வேண்டும் என்கிற எண்ணத்தில் அல்ல; 'இவைகளை எந்தக் காரணத்திற்காக கொளுத்தச் சொல்லுகிறேன்; கிழிக்கச் சொல்லுகிறேன்' என அவர் எடுத்துச் சொல்லுகிறாரோ அந்தக் குறைபாடுகளையெல்லாம் நீக்கு- வதற்கு அரசாங்கம் முயற்சி எடுத்துக்கொள்ளவேண்டும் என்பதற்காக அவர்களுடைய கவனத்தைக் கவர்வதற்காகச் சொல்லப்படுகிற விஷயங்- கள்தான். அவர் எந்தக் காரணங்களுக்காக உள்ளம் குமுறிக்கொண்- டிருக்கிறாரோ அவைகளை நிறைவேற்றாதவரையில் 30 ஆண்டுகள் சிறைத்தண்டனை என்றாலும்கூட சட்டத்தின் நோக்கம் நிறைவேறாது. பெரியார் ஒரு 'அதிர்ச்சி வைத்தியம் செய்கிறார். பெரியார் அவர்களை நீங்கள் 'பித்தம் பிடித்தவர்' என்று கருதலாமே தவிர உலகத்தில் பெரும் பகுதியினர் அவ்வாறு கருதவில்லை. அரசியல்சட்டத்தைக் கொளுத்து-

வதன் மூலம் அவர்கள் இன்று சாதி அடிப்படையிலே இருக்கும் பல குறைகளை வெளிப்படுத்துவதற்காகத்தான் ! ``அரசியல் சட்டம் என்றால் அது என் வாழ்விற்காக இருக்கிறது; அது என்னை மனிதனாக ஆக்குகிறது; என்னை நல்லவனாக இருக்கச் செய்கிறது. எனக்கு நாட்டில் மதிப்பு அளிக்கிறது !'' என்று நாட்டில் உள்ள மக்கள் ஒவ்வொருவரையும் உணரச் செய்தால், அதை யாருமே தீண்டமாட்டார்கள்.

குடிதண்ணீர் வசதி இல்லை, வாழ்க்கை வசதிகள் இல்லை, நிலம் வாங்கவோ விற்கவோ முடியவில்லை. நீதிமன்றங்களுக்குச் செல்ல முடியவில்லை என்றெல்லாம் அவர்கள் தெரிவித்தனர். இவ்வித நிலைமை ஏற்படுவதற்கு யார் பொறுப்பு? இந்நிலைமை நீடிக்க நாம் அனுமதிக்கலாமா? இதுதான் இந்து மதமா? எனக்குத் தெரியவில்லை. வெளிநாடுகளிலிருந்து கொண்டு நான் இந்து மதத்தைப் பற்றி அறிந்தவரை தாழ்த்தப்பட்டோர் முதுகில் ஏறி உட்காருவது இந்து மதமல்ல என்றே தெரிந்தது.

இதுதான் இந்து மதம் என்று என்னிடம் மெய்ப்பிக்கப்பெற்றால், நான் அதன் பகிரங்க விரோதியாவேன். தீண்டத்தகாதவர்கள் என ஒரு வகுப்பார் உருவாகக் காரணமாக இருந்தவர்கள் யார்? எங்கெங்கே பிராமணர்கள் இருக்கிறார்களோ அங்கெல்லாம் உயர்ந்தவர்கள் என்ற மரியாதையை ... பகவத் கீதை சொல்வதை நினைவிற் கொள்ளுங்கள்.

கும்பகோணம் ஆலயங்களுக்குப் பெயர் போனது. இதில் படித்த திராவிடர்கள் பலர் குடியிருக்கிறார்கள். எனினும், ஒரு தோட்டியின் நிழல் தங்கள் மீது விழுந்தால் கூடத் தீட்டுப் பட்டுவிட்டதாக பிராமணர்கள் எண்ணுகிறார்கள். அவ்வாறு நிழல் பட விடும் தோட்டிக்கு நல்ல உதையும் விழலாம். உதை விழாவிட்டாலும் நிச்சயமாத் திட்டு நிறைய கிடைக்கும். சென்னை மாநிலத்தைப் போன்று தீண்டாமைக் கொடுமை கடுமையாக உள்ள இடம் வேறு எதுவுமே இல்லை. தீண்டாதான் ஒருவன் பிராமணர்கள் குடியிருக்கும் தெருக்களின் வழியாக நடப்பது குறித்து எண்ணிக்கூடப் பார்க்க முடியாது. ஒரு மிருகம் நோய்வாய்ப்பட்டால் அதைக் கவனிக்க ஆள் உண்டு. ஆனால், ஒரு தீண்டத்தகாதவனை ஆண்டவன்தான் காப்பாற்ற வேண்டும்

இந்தியா மிகவும் கீழான நிலையில் இருந்தபோது இந்திய மக்களை ஒட்டிக்கொண்ட தீண்டாமை என்னும் தீமை இன்னும் அகலாது இருக்கின்றது. இது ஒரு சாபத்தீடு. இந்தச் சாபத் தீடு இருக்கும் வரை, இந்தப்

புனித நாட்டில் நாம் அடையும் ஒவ்வோர் இன்னலும், அந்த நிலையான மாபெருங் குற்றத்திற்கு ஆண்டவன் நியாயமான முறையில் நமக்கு அளிக்கும் சரியான தண்டனைதான். ஒருவர் செய்யும் தொழிலுக்காக அவரைத் தீண்டத்தகாதவர் எனக் கருதுவதை ...

பெரியார் காந்தியைச் சந்தித்த போது, காந்தி சொன்னவற்றுள் பெரியாரால் ஏற்றுக்கொள்ளக்கூடியவையாக இருந்தது.

பிராமணர்கள் சமயத்துறையில் ஈடுபட்டு ஒதுங்கியிருந்துகொண்டு பிராமணல்லாதோர் படித்துப் பதவிகளுக்கு வர அனுமதிக்க வேண்டும்.

சென்னை தியாகராய நகரில் பெரியார் இறுதிப் பேருரை இவ்வாறாக அமைகிறது.

நமக்கு என்ன கொள்கை... கடவுள் ஒழியணும் மதம் ஒழியணும் காந்தி ஒழியணும் காங்கிரஸ் ஒழியணும் பார்ப்பான் ஒழியணும் அன்றைய முதற்கொண்டு இன்றைய வரைக்கும் இந்த அய்ந்து கொள்கைகள்தான் நடக்கின்றன. காந்தியை ஒழித்தான், ஒழித்துவிட்டான். நாம் ஒழிக்கிறதற்கு முன்னே பார்ப்பானே ஒழிச்சுப் போட்டான். காந்தி நம்ம பேச்சைக் கேட்டு நம்ம பக்கம் திரும்பினார். `இன்னமும் கடவுள்னு சொல்றியே மூட்டாள்'ன்னான்.

காந்தியின் மறைவையொட்டி பெரியார் பேசிய இன்னொரு குறிப்பும் மிகவும் முக்கியமானது.

இறந்த காந்தியார் நம் காந்தியார்; ஆரியம் அழிந்துவிடுமே எனப் பயந்து ஆரியரால் கொல்லப்பட்ட கொலையுண்ட காந்தியார். அதனால்தான், நாம் மற்றவர்களுக்கும் மேலாகத் துக்கப்படுகிறோம். அதனால்தான் மற்றவர்களைவிட நமக்குத்தான் அவர் மறைவுக்காகத் துக்கப்படவும் உரிமை உண்டு என்றும் கூறிக்கொள்கிறோம்.

ஒருவர் தம் மறைவு காலத்தில் எந்த நிலையில் இருக்கிறாரோ ......அதைப் பொறுத்துத்தான் அவருடைய மறைவுக்குத் துக்கப்படுபவர்களும், சந்தோஷப்படுபவர்களும் அமைவார்கள். உதாரணமாக நான், காங்கிரஸ் இராமசாமியாக ஒரு காலத்திலும், சுயமரியாதை இராமசாமியாக ஒரு காலத்திலும், திராவிடர் கழக இராமசாமியாக தற்காலத்திலும் இருந்துவருகிறேன். காங்கிரஸ் இராமசாமியாக இருந்த காலத்தில் இறந்திருந்தால் சுதேசமித்திரன்' ஆசிரியர் உள்பட, இந்து ஆசிரியர் உள்பட பல காங்கிரஸ்காரர்களும், அய்யர், அய்யங்காரர்களும் துக்கம் கொண்டாடியிருப்பார்கள்.

ஒரு சில சுயமரியாதைக்காரப் பார்ப்பனர் தவிர்த்த, மற்ற பார்ப்-
பனர்கள், வைதீகர்கள் எல்லோரும் சந்தோஷப்பட்டபடி இருப்பார்கள்.
ஆனால், இன்று மறைய நேர்ந்தாலோ திராவிடர்கள் அனைவரும்
துக்கம் கொண்டாடலாம் என்று கருதுகிறேன்.இதேபோல், காந்தியாரும்
தம் மறைவின்போது திராவிடர் கழகக் கொள்கைகளை ஒப்புக்கொண்ட
காந்தியாராகத்தான் இறந்தாரே ஒழிய, ஆரியதர்மத்தை ஒப்புக்கொண்ட
காந்தியாராக மறையவில்லை. இந்து மத தர்ம அநீதியைக் கண்டிக்கப்
புகுந்ததால், அதற்கான பயனை அடைந்தார். சூத்திரன் தலையெடுத்-
தால் பார்ப்பானுக்கு ஆபத்து என்ற மனுதர்ம விதிப்படி, அவர் பார்ப்-
பனால் கொல்லப்பட்டார். இராமாயணக் கதையில் சம்புகன் அடைந்த
கதியை அவர் அடைந்தார். சம்புகன் கொல்லப்பட்டதற்கு ஆரியப்
பார்ப்பனர்கள் அகமகிழ்ந்ததாக-இறந்த பார்ப்பனர்களெல்லாம் உயிர்த்தெ-
ழுந்ததாகக் கதையில் காணப்படுகிறது.

பெரியாரின் வரிகளிலேயே காந்தி மறைந்த இந்நாளுக்கான இறுதி-
யைக் கூறுவோம். காந்தியாரின் ஞாபகார்த்தமாக இந்தியா தேசத்திற்கு
காந்தி தேசம்' என்று பெயரிடலாம் என்றும்; கிறிஸ்து ஆண்டு, முகம்மது
ஆண்டு என்பதுபோல் 'காந்தி ஆண்டு' துவக்கலாம் என்றும் கிறிஸ்து
மதத்தைப்போல், பவுத்த மதத்தைப்போல், 'காந்தி மதம்' என்ற ஒரு புது
மதத்தை தோற்றுவிக்கலாம் என்றும் நான் யோசனை கூறியிருக்கிறேன்.
நமக்குத் தெரியாத கலியுக ஆண்டு, பசலி ஆண்டு, கிறிஸ்து ஆண்டு
விவரம், தெளிவு கண்டுபிடிக்க முடியாத பிரபவ ஆண்டு முதலியவை-
களை ஒப்புக்கொண்டு இருப்பதைவிட, நமக்குத் தெரிந்த ஒரு பெரியா-
ரின் பேரால்-அதுவும் ஆயிரம் ஆண்டுகளாக இல்லாத ஒரு பெருமா-
றுதல் ஏற்பட ஆண்டு துவக்குவது எப்படித் தவறாகக் கருத முடியும்
இந்த நாட்டுக்கு என்று ஒரு ஆண்டு வேண்டாமா அது அவர்பேரில்
இருக்கட்டும். காந்தியாரின் கொள்கைகளை வைத்து ஒரு மதத்தைத்
தோற்றுவிப்பதுதான் எப்படித் தவறாகும்! சத்தியமும், அகிம்சையும்தானே
அவருடைய முக்கிய தத்துவங்கள்! சத்தியமே கடவுள் என்பதுதானே
அவருடைய முக்கிய சித்தாந்தம்.

தனியாக, வஸ்துவாக ஆளாக ஒரு கடவுள் இருக்கிறார் என்ற நம்-
பிக்கை தனக்கு இல்லை என்று பலதடவை சொல்லி இருக்கிறார். சத்-
தியம்தான் கடவுள் என்று அவர் கொண்டு நடத்திருக்கிறபடியால் மக்-
கள் சத்தியமே கடவுள் என்று நம்பிப் பயப்பட்டு நடந்தால் இன்றையக்

கடவுள்களால் ஏற்படும் பயனைவிட-எவ்வளவோ நலம் ஏற்படும். பிறகு மற்றதைப் பார்த்துக் கொள்ளலாம். அகிம்சையையும், அன்பையும் முக்கியத் தத்துவமாகக் கொண்டதுமான ஒரு மதத்தையும், சத்தியத்தையே கொண்டதான ஒரு கடவுளையும் ஏற்பாடு செய்து துவக்கினால் அதை மக்கள் எல்லோரும் போற்றித் தழுவ மாட்டார்களா? அதன் மூலம் இன்று மக்களிடையே இருந்துவரும் சாதி வேறுபாடுகளும், மதவெறி உணர்ச்சியும் அடியோடு அழிய மார்க்கம் பிறக்காதா? அதன் மூலம் இன்று வரைக்கும் சாதிமத பேதங்களை உண்டாக்கவும், மக்களைக் காட்டுமிராண்டி காலத்திற்கு அழைத்துச் செல்லவுமே பெரிதும் பயன்பட்டு வந்த இந்துமதம், போலிக் கடவுள் அழிய வழி பிறக்காதா? மதம் என்பதென்ன-மாற்றியமைக்கக் கூடாததொன்றா?

மதம் என்பதே மக்களின் நல்வாழ்வுக்காகப் பெரியோர்களால் ஏற்படுத்தப்படும் நெறி அல்லது மார்க்கம் தானே! என்றாவது மொட்டையையடித்துக் கொள்வதும் சாம்பல் பூசிக் கொள்வதும் மதம் என்றாகி விடுமா? ஆகவே, என்ன காரணம் முன்னிட்டேனும், இன்றைய கடவுள் தன்மையும், மதத் தன்மையும் மாற்றப்பட்டாக வேண்டும். இன்றைய ஏற்பாடுகள் இன்றைய ஆர்டர்' எப்படியும் மாற்றப்பட்டாக வேண்டும். மாற்றப்படாத வரையிலும் இன்றைய மக்கள் வாழ்வு பாழாகத்தான் (போய்க்கொண்டிருக்கும். (விடுதலை

காந்தியின் வருணாஷ்ரம தருமங்களிலும், அவரின் பிரம்மச்சர்ய பரிசோதனைகளிலும் ஆயிரம் விமர்சனங்கள் இருக்கின்றன. அவரின் வருணாஷ்ரமத்தில் எந்த ஏற்றத் தாழ்வுகளும் இல்லை.ஒருவன் செய்யும் தொழிலால் அவனை இழிவு செய்வதை விஷமம் எதுவும் இல்லை என்கிறார் காந்தி.

சாதியை பற்றிய அம்பேத்கர் எழுப்பிய கேள்வியும், காந்தியின் அதிசயிக்க வைத்த பதிலும்

காந்தியை ஒரு குறிப்பிட்ட வட்டத்திற்குள் அடைத்து அவரை முத்திரை குத்தி தங்களுக்கு சாதகமான வரையறைக்குள் கொண்டுவருவதற்கான முயற்சிகள் இன்றல்ல, என்றும் தொடர்வதே. காந்தி என்ற சொல் சமூகத்தின் ஆணிவேரில் ஆழமாக வேரூன்றிவிட்டது. அவர் மக்களின் மனதில் ஏற்படுத்திய மந்திர வித்தை, மக்களின் மனதை சென்று சேரும் ஏணிப்படியாக பயன்படுத்தும் விடயத்தில், வேறு எந்த கருத்திலும் ஒன்று சேராத அனைவரும் ஒன்று சேர்ந்துவிடுகிறார்கள்.

வி.எஸ்.ரோமா

'நீங்கள் எங்களை சார்ந்தவராக இல்லாதபோது எங்களின் வேதனை உங்களுக்கு எப்படி புரியும்?' இந்த பிரம்மாஸ்திரத்தை காந்தியை நோக்கி எழுப்பியவர் பாபா சாஹேப் அம்பேத்கர்.

இதற்கு காந்தி சொன்ன ஒரே பதில் என்ன தெரியுமா? "நான் எந்த மதத்தைச் சேர்ந்தவன் என்பதை முடிவு செய்ததில் என்னுடைய பங்கு எதுவுமே இல்லை. ஆனால் கழிவுகளை அகற்றும் வேலையை செய்வதற்கு அவர் பிறந்த சாதிதான் அடிப்படை என்றால், அடுத்தபிறவியில் நான் ஒரு மலம் அள்ளுபவரின் வீட்டில் பிறக்க விரும்புகிறேன்." என்றார்

காந்தியின் இந்த பதில் அம்பேத்கரின் வாயை அடைத்து போகச் செய்தது. தாழ்த்தப்பட்டவர் என்பதை முன்னிறுத்தி அம்பேத்கர் அரசியலில் முன்னேறிக் கொண்டிருந்தபோது, "நீங்கள் பிறப்பால் தாழ்த்தப்பட்-டவராக இருக்கிறீர்கள், நான் என்னை நானே தாழ்த்தப்பட்டவனாக்கிக் கொண்டேன்" என்று காந்தி சொன்னபோதும் முன்பொருமுறை இதே-போல் அம்பேத்கர் வாயடைத்து போயிருக்கிறார்.

நான் ராம ராஜ்ஜியத்தை கொண்டு வர விரும்புகிறேன் என்று காந்தி வலுவாக சொன்னபோது, ஹிந்துத்துவ கொள்கையாளர்களின் மகிழ்ச்சி கரை புரண்டது, என்ன இருந்தாலும் காந்தி அடிப்படையில் இந்து என்ற குட்டு வெளிப்பட்டது என்று புளங்காகிதம் அடைந்தார்கள்.

ஆனால் தனது கருத்தை உடனே தெளிவாக்கிவிட்டார் காந்தி. "எனது ராமன் தசரதனின்மைந்தன். ஒரு அரசன், தனது குடிமக்களில் மிகவும் பலவீனமான தரப்பினரின்சிரமங்களை உணர்ந்தவனாக இருந்-தான். அப்படிப்பட்ட ராமனின் நாடே ராமராஜ்ஜியம்!" என்றார்

புரட்சிகர கருத்துகள் தோன்றும்போது, அன்றைய காலகட்டத்தின் பழைய மனோபாவத்திலேயே புதிய கருத்து அடையாளம் காண முயற்-சிக்கப்படுகிறது என்பதும் குறிப்பிட்டு சொல்லவேண்டிய ஒன்று. அதனால்தான் இந்து என்று தன்னை காந்தி அழுத்தமாக கூறிக்கொண்-டார். ஆனால், இந்து என்பதற்கு காந்தி முன்வைத்த அளவுகோலை கடும்போக்கு இந்துக்களால் ஏற்றுக் கொள்ளமுடியவில்லை.

"வைஷ்ணவ ஜனதோ தேனே கஹியே ஜே..." என்ற பக்திப்பாட-லுக்கு நாமக்கல் கவிஞரின் பொருள் இது -

"வைஷ்ணவன் என்போன் யாரென கேட்பின்

வகுப்பேன் அதனை கேளுங்கள்...

பிறருடையத் துன்பம் தனதென எண்ணும்
பெருங்குணத் தவனே வைஷ்ணவனாம்;
உறுதுயர் தீர்த்ததில் கர்வம் கொள்ளான்
உண்மை வைஷ்ணவன் அவனாகும்;
உறவென மனிதர்கள் உலகுள யாரையும்
வணங்குபவன் உடல்மனம் சொல்இவற்றில்
அறமெனத் தூய்மை காப்பவன் வைஷ்ணவன்;
அவனை பெற்றவள் அருந்தவத்தாள்..."

காந்தியின் இந்த பதிலைக் கேட்ட பிறகு எந்த இந்துக்கள் அவரது அருகில் வருவார்கள்? காந்தியின் கொள்கை மற்றும் கோட்பாடுகளை வைத்தே அவர் விமர்சனம் செய்யப்பட்டார். காந்தி இந்துவாக இருந்தார் என்பதே அவர்களின் பிரதான குற்றச்சாட்டு. காந்தி வேதங்களை நம்புகிறார், வேதங்களோ சாதிய முறையை ஆதரிக்கின்றன.

இந்த விமர்சனங்களுக்கு காந்தி இவ்வாறு பதிலளித்தார்: "சாதிய முறைமைகளுக்கு வேதங்கள் ஆதரவளித்ததன் அடிப்படையில் நான் அவற்றை நம்பவில்லை, ஆனால் நான் நம்பும் வேதங்கள் சாதி பிரி-வினைக்கு ஆதரவளிப்பதாக யாராவது என்னிடம் காட்டினால், நான் அந்த வேதங்களை ஏற்க மறுப்பேன்".

இந்துக்களின் பிரதிநிதியாக பேசினால் சிக்கல்கள் அனைத்தும் தீர்ந்-துபோகும். ஆனால் மிஸ்டர் காந்தி, நீங்கள் இந்து-முஸ்லிம் இருவரின் பிரதிநிதியாக செயல்படுவது தான் உங்களுடைய மிகப்பெரிய சிக்கல்."

இப்படிச் சொன்ன ஜின்னாவுக்கு காந்தி சொன்ன பதில் என்ன தெரியுமா? "ஏதாவது ஒரு மதம் அல்லது சமூகத்தின் சார்பாக நான் பேசினாலோ அல்லது அதன் பிரதிநிதியாகவோ நான் செயல்பட்டால் அது என் ஆத்மாவுக்கு எதிரானது! ஒரு மதத்தின் பிரதிநிதியாக எந்தவொரு பேச்சுவார்த்தைக்கும் நான் உடன்படமாட்டேன்" என்றார். அதற்கு பிறகு ஜின்னாவுடன் சமரச பேச்சுவார்த்தைகளை காந்தி மேற்-கொள்ளவில்லை.

புனே உடன்படிக்கைக்குப் பின்னர் அவரவர் அரசியல் நிலைப்பாடு-களின் அடிப்படையில் அதனை பிறர் பயன்படுத்தினார்கள். அந்த ஒப்-பந்தத்திற்கு தானும் ஒரு காரணம் என்பதை ஏற்றுக் கொண்ட காந்தி, தனது வயதையும் பலவீனத்தையும் பற்றி கவலைப்படாமல் உண்ணாவி-ரதத்தை தொடங்கினார். நாடு முழுவதும் 'ஹரிஜன் யாத்திரை' மேற்-

கொண்டார்.

'ஹரிஜன் யாத்திரை' என்றால் என்ன? சாதிய அமைப்புக்கும் தீண்-டாமைக்கும் எதிரான புயல் அது. அது நாடு முழுவதும் சூறாவளியாய் சுழன்றடித்தது. நீண்ட காலத்திற்கு பிறகே இந்த புயலின் தாக்கத்தை தெரிந்து கொண்ட லார்ட் மவுண்ட் பேட்டன் காந்தியை 'ஒன் மேன் ஆர்மி' என்று விளித்தார். சமுக, மத பாரபட்சங்களுக்கு எதிராக புத்-தருக்கு பிறகு மிகவும் ஆழமாக, ஆழ்ந்த ஆபத்தான ஆனால் ஆக்க-பூர்வமான முன்முயற்சியை செய்தவர்

காந்தி என்பதை தைரியமாகவே சொல்லலாம். இதுபோன்ற மாற்-றத்தை உருவாக்கிய அவர், எந்த சமயத்திற்கும் சமூகத்திற்கும் கொடி பிடிக்கவில்லை. அதுமட்டுமா? தன்னுடைய அடிப்படை லட்சியமான தேச விடுதலை என்ற போராட்டத்தையும் வலுவிழக்கச் செய்யவில்லை என்பதையும் கவனத்தில் கொள்ள வேண்டும்.

காந்திக்கு முன் இருந்த எந்தவொரு அரசியல் சிந்தனையாளரோ, முன்னோடியோ, ஆசானோ, மதத்தலைவரோ சத்தியத்தை ஆயுத-மாக....... அனைத்து மத மற்றும் சமய நம்பிக்கைகளின் ஆணிவே-ரையும் உலுக்கிவிட்டது.

முதலில் அவர் சொன்னார்: 'கடவுளே சத்தியம்' (உண்மை), காலப்-போக்கில் காந்தியின் கருத்து இப்படி மாறியது: 'அவரவர் கடவுளை உயர்த்தி காண்பிப்பதற்காகத்தான் அனைத்து பிரச்சனைகளும் எழுகிறது.'

மக்களைக் கொல்வதன் மூலம், அவர்களை இழிவுபடுத்துவதன் மூலம், உயர்வு தாழ்வு என பாகுபாடு காட்டுவது என அனைத்தும் கடவுளின் பெயராலே செய்யப்படுகிறது என்ற முடிவுக்கு வந்த காந்தி ஒரு வித்தியாசமான உண்மையை முன்வைத்தார், "கடவுள் உண்மை என்று கூறுவதை விட, உண்மையே கடவுள் என்பதே சிறந்தது."

மதமும்இல்லை, வேதங்களும் இல்லை, நம்பிக்கைகளும் இல்லை, மரபுகளும் இல்லை, சுவாமி-குரு மஹந்த்-மகாத்மா என யாரும் இல்லை, உண்மை, சத்தியம்! சத்தியத்தைகண்டறிய, உண்மையை அடையாளம் காண, உண்மையை மக்கள் அனைவரும் கடைபிடிக்க, பின்பு அதையே மக்களின் பண்பாக மாற்றுவதே காந்தியின் மதம், இதுவே உலகத்தின்மதம். இதுவே மனித குலத்தின் மதம்! முன்பு எப்போதையும்விட இன்று இத்தகைய ஒருகாந்தியின் தேவை இன்று அவசியமாக இருக்கிறது.

தலைமுறை மாற்றங்கள் மட்டுமே தீண்டாமையை ஒழிக்கும் அல்லது குறைக்கும்.

பாலியல்தொழிலாளியிடம் செல்வதற்கும், மதுக்கடைகளில் வாங்கி தின்பதிலும் சாதி மதம்மற்றும் தீண்டாமை கிடையாது. அங்கெல்லாம் சமத்துவம் பேணப்படுகிறது.

நான்

வாசகர்ளால் நான்
வாசகர்களுக்காக நான்

முற்போக்கு எழுத்தாளர் வி.எஸ்.ரோமா - கோயம்புத்தூர்
+91 82480 94200
20 புத்தகங்கள் எழுதியுள்ளேன்
விருதுகள் பல பெற்றுள்ளேன்.
கதை , கவிதை, கட்டுரை, நாவல் பொன்மொழி, நாடகம்
எழுதுவேன்.

என்
எழுத்து
என் மூச்சுள்ள வரை
என் வாசிப்பே
என் சுவாசிப்பு

என்றும்
எழுதிக் கொண்டிருக்க வே
என் ஆசை

நான் திருமணமே செய்து கொள்ளாத பெண்மணி என்பதில்
எனக்கு மகிழ்வே.

என் எழுத்துக்கு முழு ஒத்துழைப்பு கொடுப்பவர்கள் என்
பெற்றோர்களே.

தந்தை
கா சுப்ரமணியன் _ தாசில்தார் - ஓய்வு

தாய்.
சு. கிருஷ்ணவேணி

என் பெற்றோர்களே
என்
எழுத்துக்கும்
எனக்கும் முழு ஒத்துழைப்பு தருகின்றவர்கள் என்பதில்
எனக்கு மகிழ்ச்சியே.

நான் ரோமா ரேடியோ
என்ற பெயரில் எஃப் எம் ஆரம்பித்துள்ளேன்.

என்
எழுத்து
என் ரோமா வானொலி மூலம்
எங்கும் ஒலிக்க
எட்டு திக்கும் ஒலிக்க
என் ஆவல்.

பெண்களை

நான்

பெரிதாக நினைத்துப்
பெரும் மகிழ்ச்சியடைந்து
பெருமைப் படுத்த வேண்டும்.

முற்போக்கு எழுத்தாளர்
வி.எஸ். ரோமா
Roma Radio
கோயம்புத்தூர்
+91 82480 94200